Tên/name:

....

....

Xin chào!
Mình tên là Mít.

Hãy cùng Mít học tiếng Việt nào!

Bảng chữ cái (Alphabet)

Aa áo

Ăă ăn

Ââ ấm nước

Bb bánh mì

Cc cơm

Dd diều

Đđ đàn

Ee em bé

Êê ếch

Gg gà

Hh hổ

Ii in

Kk kiến

Ll ly

Mm mũi

Nn nón

Oo Ong

Ôô ô

Ơơ ớt

Pp pin

Qq quít

Rr răng

Ss sư tử

Tt táo

Uu Úc Châu

Ưư ước

Xx xoài

Vv vịt

Yy y phục

Tô màu sau khi bạn đã học được chữ cái!

Color once you've learned the letter!

Bảng chữ ghép

ch
Chó

gh
ghim

gi
gió

ng
ngồi

nh
nho

ngh
nghe

kh
khỉ

ph
phở

qu
quạt

th
thịt

tr
trâu

Dấu

huyền

sắc

nặng

ngã

hỏi

TẬP VIẾT
PRACTICE WRITING

Trace the dotted letters to
practice writing, then reward with coloring!

A

A

a

anh

áo

Ă

Ă

ŏ

ŏn

Â

Â

Ô

Ân

B

B

ba

bà

bông

C

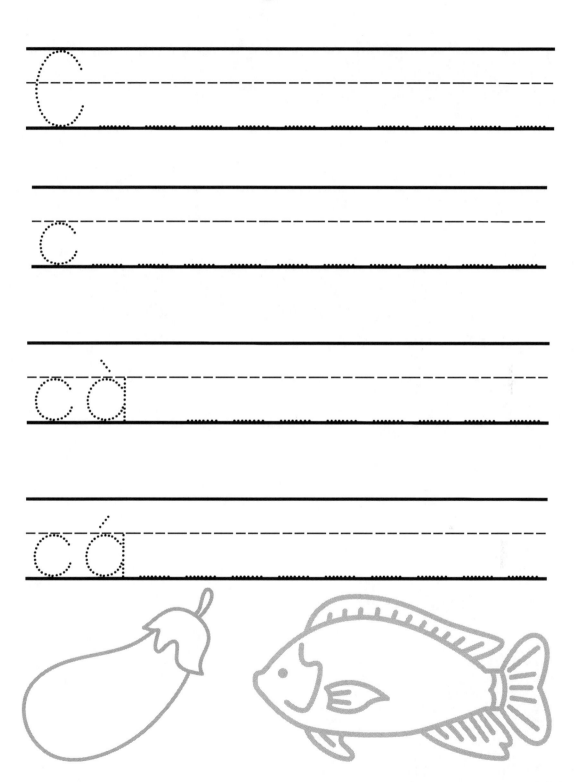

D

Đ

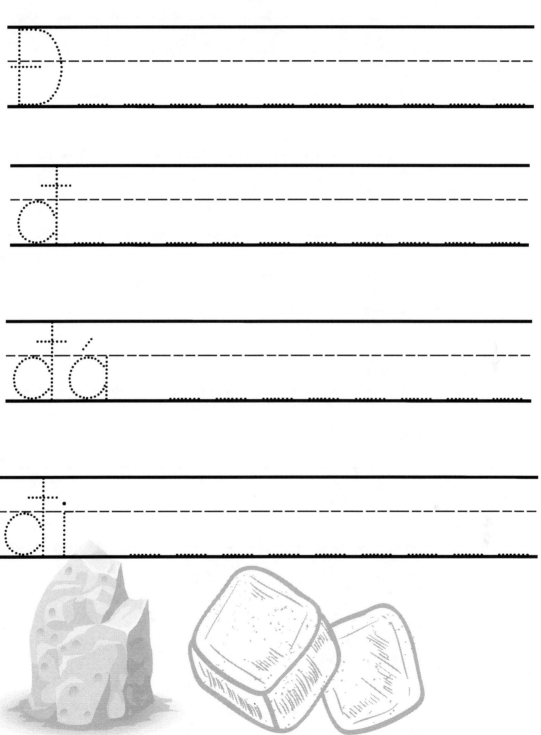

E

Ê

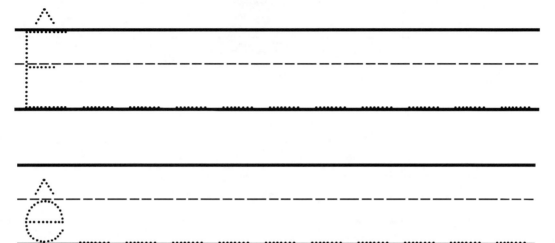

êch

G

G

g

g a

g à

H

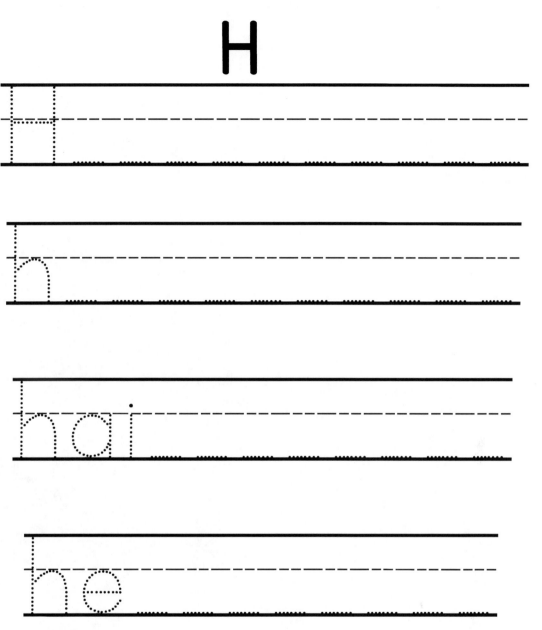

I

i

ít

in

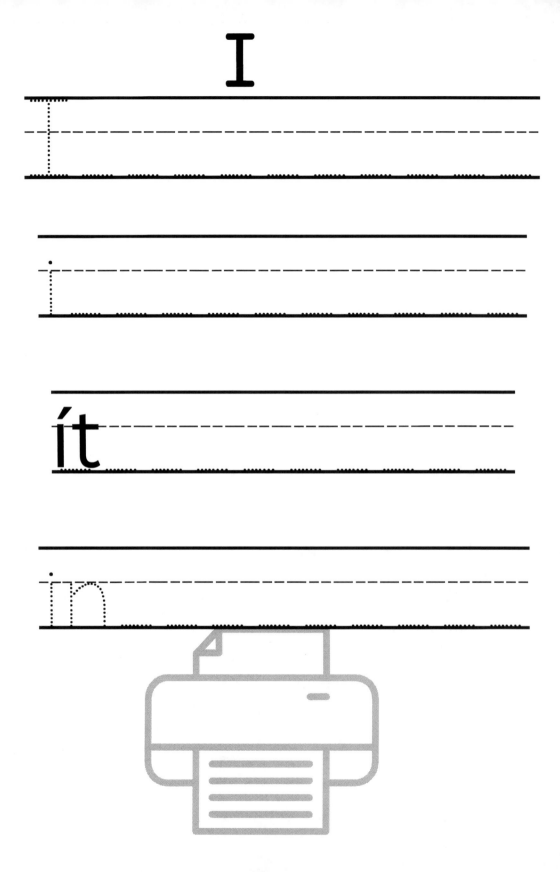

K

K

k

keo

kem

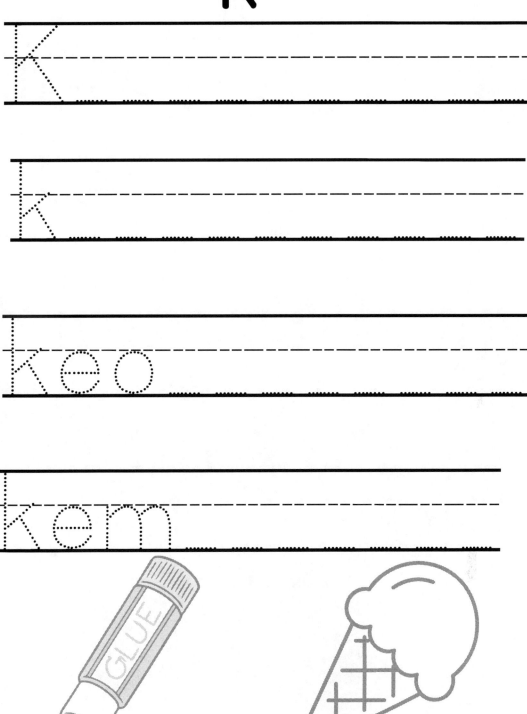

L

M

M

m

mèo

mây

N

N

n

nai

núi

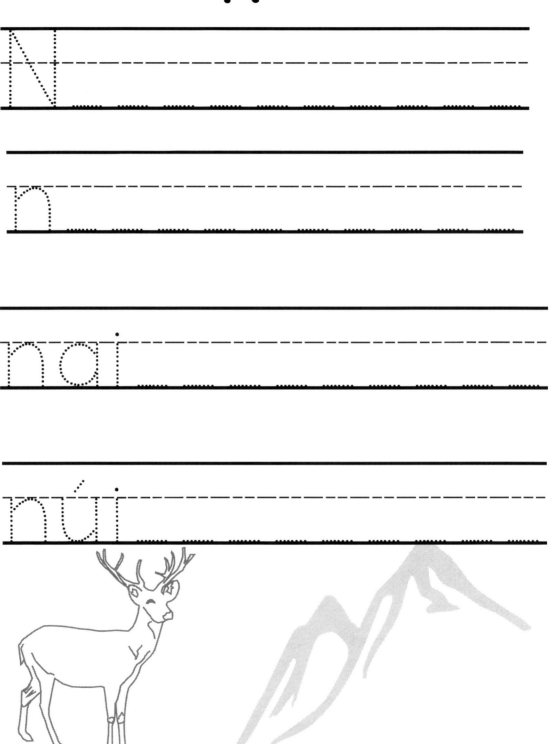

O

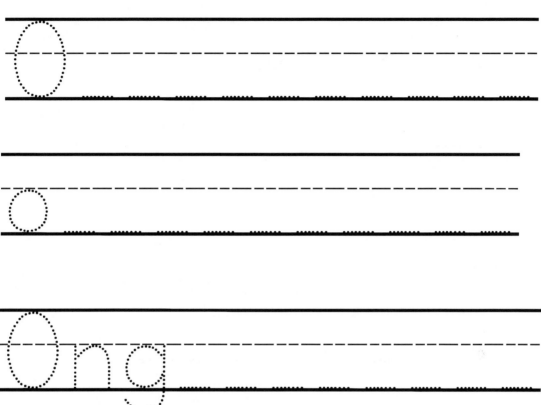

Ô

Ô

ô

ông

ỐC

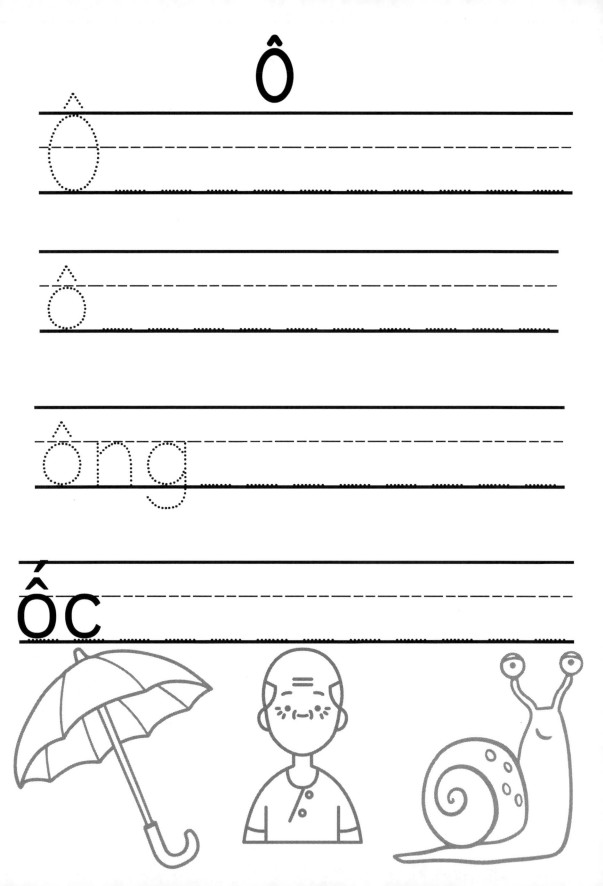

ơ

ơ

ơ

ớt

ơn

Xin cảm ơn

P

P

p

pin

Q

Q

q

qua

qua

R

R

r

răng

rau

S

S

s

sên

sen

T

T

t

tôm

tô

u

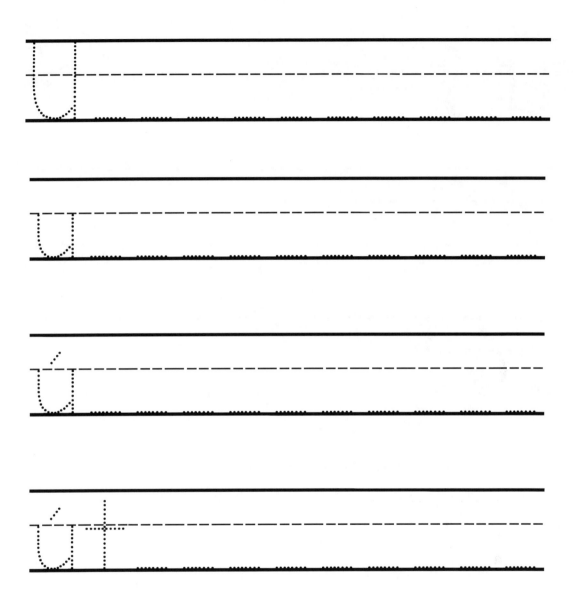

Ư

Ư

ư

ướt

ước

V

V

v

võng

võng

X

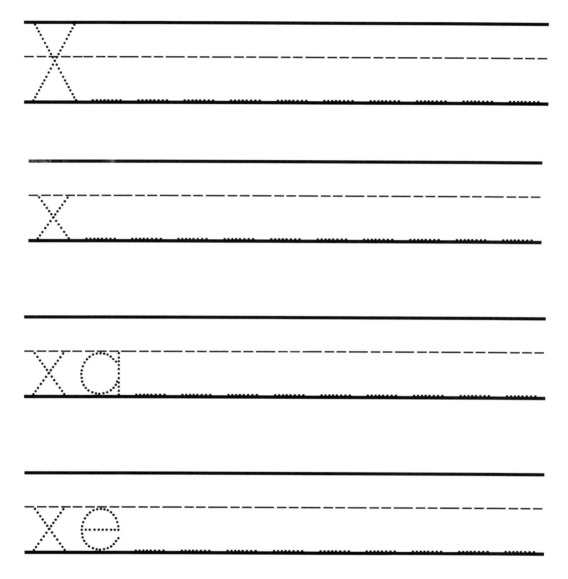

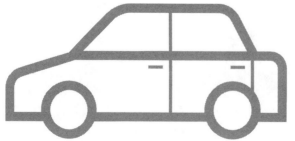

Y

Y

y

y tá

yên

Nh

Nh

nh

nhím

nhỏ

Th

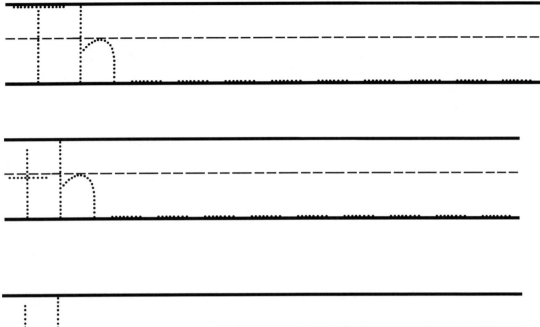

Th

th

thu

thích

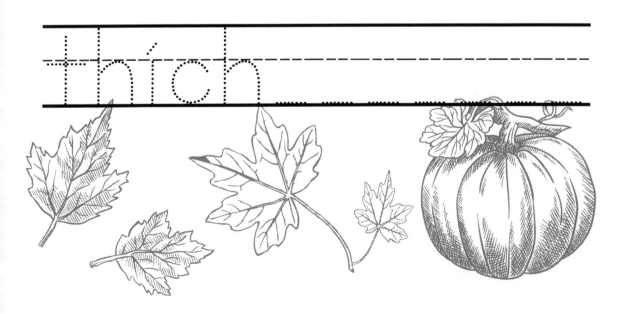

Tr

Tr

tr

tre

tra

Ch

Ch

ch

chanh

chim

Ph

Ph

ph

phim

phúc

Ng

Ng

ng

ngày

ngáy

Ngh

Ngh

ngh

nghe

Gi

Gi

gi

gió

giày

Kh

Kh

Kh

khoai

không

Qu

Qu

qu

quê

quạy

HẠT MƯA CHỮ

ĐIỀN NHỮNG CHỮ CÁI CÒN THIẾU VÀO CHỖ TRỐNG

FILL IN THE MISSING LETTERS

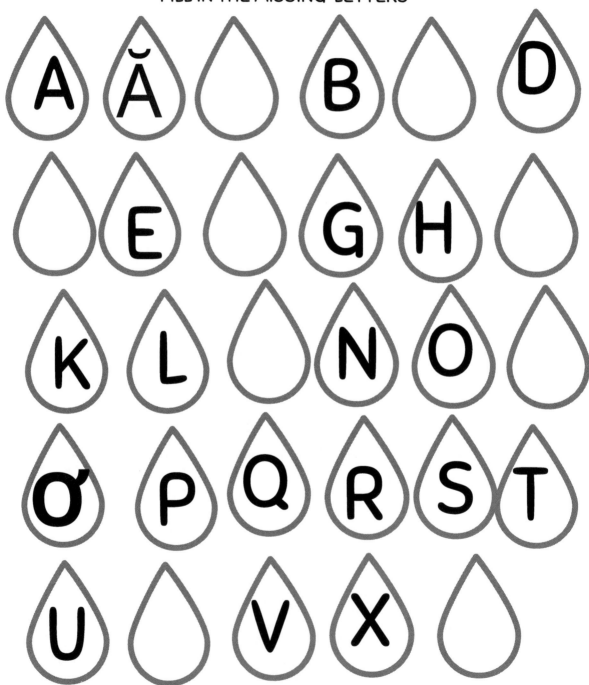

Made in the USA
Las Vegas, NV
06 December 2023

82230905R00026